பெருந்தொற்றின் சுவடுகள்

PERUNTHOTRIN SUVADUKAL

சத்யா வேல்முருகன்

ISBN 979-888606102-4

உன் சீரிளமை திறம் வியந்து

செயல் மறந்து வாழ்த்துதுமே!

வாழ்த்துதுமே! வாழ்த்துதுமே!

பொருளடக்கம்

முன்னுரை

இந்த நவீன விஞ்ஞான காலத்தில், மனித வரலாறு பார்த்திராத பேரிடர் கொரோனா எனும் பெருந்தொற்று. இந்நோய்க்கு உலகம் முழுவதும் இலட்சக் கணக்கானோர் பலியாகினர்.

கொரோனாவை மனிதன் உருவாக்கினானா? அல்லது இயற்கையின் சீற்றமா? இக்கேள்விகளுக்கான பதிலை பலரும் தேடுகின்றனர். எப்படியாயினும், இப்பெறுந்தொற்று மானுட வரலாற்றில் ஒரு மறக்க இயலாத ஆழ்ந்த துயரை பதிவுசெய்து விட்டது.

ஆனால், மானுடம் சாகவில்லை....துவண்டு விடவில்லை....மீண்டெழுந்தது....! இக்கவிதைத் தொகுப்பு பெரும்பாலும் என் மனதை வேதனையில் ஆழ்த்திய கொரோனாவின் பாதிப்புகள், நான் பழகிய சொந்தங்கள் நண்பர்களின் குடும்ப இழப்புகள், மருத்துவர் காவலர் தூய்மைப் பணியாளரின் பங்களிப்புகள், மானுடத்திற்கும் நம் நாட்டிற்கும் கொரோனாவால் ஏற்பட்ட பேரிழப்புகள், சமுதாயத்தின் தேவைகளை மெல்லிய வார்த்தையால் வடித்துள்ளது.

எனது மனதிலுள்ள கருத்துக்களை உள்வாங்கிக் கொண்ட நிகழ்வுகளை சீராக்கி வண்ணமிட்டு தமிழ் மொழியில் படைப்பதற்கு எனக்கு தமிழ் கற்றுத்தந்த எனது தாயையும் ஆசானையும் வணங்கி நன்றிகளை சமப்பிக்கிறேன். இக்கவிதை தொகுப்பை அழகு வடிவம்தர உதவிகள் செய்த பதிப்பகத்தாருக்கும் நன்றிகள் பல!. வாசகர்களுக்கும் அன்பார்ந்த நன்றிகள்.

அன்புடன்
சத்யா வேல்முருகன்

நன்றி

இக்கவிதை தொகுப்பை ஒன்று சேர்த்து தவழவிட எனக்கு ஆக்கமும் ஊக்கமும் தந்த எனது குடும்பத்தினருக்கும் நண்பர்களுக்கும் என் நன்றிகள் பல. எனது சிந்தைக்குள் வீற்றிருந்து என்னை வழிநடத்தும் எல்லாம் வல்ல இறைவனுக்கு பல கோடி நன்றிகள்...

அன்புடன்

சத்யா வேல்முருகன்

1. எதற்கு இந்த ஒத்திகை...!?

பகல் பொழுது
மனிதன் அடையும்
கூடானது....!
தனல் இரவோ
தூக்கம் தொலைத்தவர்
சிறையானது....!
காக்கையும் குருவியும்
சுதந்திரமாய் வான்வெளியில்
பறந்தன....!
குடிசையும் மாடியும்
நிலைகுழைந்து கதவடைத்து
முடங்கின....!

இது என்ன புதுமை..!
பூமியை குத்தகைக்கு எடுத்து
நேரத்திற்கு வட்டி கட்டி
தவணையில் தூங்கியவன்
வீட்டிற்குள்
அடங்கி விட்டானே....!

பறப்பனவும் ஊர்வனமும்
இன்னும் சிலவும்
சுதந்திரப் பிரகடனம்
செய்து கொண்டனவோ....?

ஏன் இந்த மாற்றம்....?

ஊரடங்கு கடையடைப்பு
விமானசேவை ரத்து
வேற்றுக்கிரக படையெடுப்போ....?
மனிதனின்
இறுதிநாள் தீர்ப்பெழுதி

கடவுள்
பிடிவாரண்ட் பிறப்பித்தானோ...?

ஏன் மானுடம்
தலைமறைவானது..?

மூச்சுக் குழாயை
முடக்கிவைத்து
ஆக்ஸிஜன் தட்டுப்பாட்டை
அமுல்படுத்தியது யார்..?
காவலரும் மருத்துவரும்
உறங்காமல் ஓடுவதெங்கே...?

விவசாயிக்கு மட்டும்
விடுமுறையில் ஏன்விலக்கு...?

வல்லரசோ சிற்றரசோ
அதிகாரங்கள்
ஏன் மறைந்தன...?
கங்கை ஏன்
காவு கேட்கிறது...?
சாலைவாசிக்கு
அரைவயிற்றுக் கஞ்சிதந்த
அருந்ததியைப் பார்த்து
கண்கள் கசிவதேன் ..?

புதிய காற்று
கோபுரத்தின் மீது
உரசிச் சென்றது...
நேற்றிரவு
அசதியாய் தூங்கிவிட்டேன்..

ஓர் இரவில்
ஏன் இந்த மாற்றம்..?
எதற்கு இந்த ஒத்திகை...?

2. சுற்றும் பூமி

சுற்றும் பூமி
இன்னும் சுற்றுது...!
சுனாமி அலைகள்
கரையோரத்தை
அலசிப் போட்டது...!
பூகம்ப அலைகள்
கட்டமைப்பை
உலுக்கிப் போட்டது...!

புரட்சி அலைகள்
ஏகாதிபத்யத்தை
இடித்துப் போட்டது...!
கொரோனா அலையோ
மானுடத்தையே
முடக்கிப் போட்டது..!

அலை பலவாய் வந்தது
பல உயிர்களை
விலையாய்க் கொண்டது...!
பொன்னும் பொருளும்
விண்ணும் மண்ணும்
நமக்கு பரிசாய்த் தந்தது...!

சுற்றும் பூமி
இன்னும் சுற்றுது...!
புதிய அலைகள்
இன்னும் இருக்குது...!

3. ஊரடங்கில் ஒருநாள்

வட்டத்திற்குள் அடங்கி
நிற்கவேண்டும்..!
வாயை மூக்கை
மூடவேண்டும்...!
தூரமாய் நண்பர்கள்
தொடாத மங்கைகள்
தொடரும் ஞாயிற்றுக்
கிழமைகள்...!
கொரானாவின் ஏற்பாடா...?
அரசின் முன்னேற்பாடா...?
குழப்பத்தில் மக்கள்..!

ஜன்னல் வழியாய் மட்டும்
பார்க்கும்படி உலகம்
சுருங்கிப்போனது-
பென்சும் சைக்கிளும்
ஓடமறுத்து
ஒத்துழையாமை செய்தனவோ..?
பழகிய இடங்கள் எல்லாம்
வெறிச்சோடியது...!
துக்கமோ அச்சமோ
வீட்டிற்குள்ளே
கசிந்தோடியது...!

தொலைக்காட்சி
தொடர்ந்திருந்தது...
சுடச்சுடச் செய்திகள்
வந்து போயின..
வீடு அலுவலகமானது-
விருந்தினர்

வருகையும் தடையானது
பள்ளிகள் ஆன்ட்ராய்டு
கைப்பேசியில் அடங்கின…!
கற்பது நின்றுபோய்
குழந்தைகளுக்கு
மின்னணு பதிவேற்றம் ..!

நடிகைகள் சமையல்
கற்றனர்…!
வேலைக்காரிகள்
விடுதலை பெற்றனர்
பழைய பண்பாடுகள்
புதுப்பிக்கப்பட்டன..!
அண்டை வீட்டாரோடு
கொடுக்கல் வாங்கல்
தொடங்கியது…!

கவசமின்றி
மூடர்கள் சிலர்
சுதந்திரத்தின் பெயரால்
முச்சந்தியில் சுற்றினர்..
சிறுவர் பூங்காவின் புற்கள்
நாகரீக இளைஞனின்
வெட்டியும் வெட்டாத
தலைமுடியைப்போல
வளர்ந்து காட்சியளித்தன….!

மூடப்பட்ட திரையரங்குகளில்
மூட்டைப்பூச்சிகளின்
ஆடலும் பாடலும் ….!
தேநீர் விற்கும்
பையன் குடிசைக்குள்
முடங்கினான்….!

நனைப்பதற்கு
கால்கள் இன்றி
தேடித்தேடி அலுத்துப்போன
கடல் அலைகள் ....!
சுண்டல் விற்பவனுக்காக
காத்திருந்தது கடற்கரை ....!

வரப்போகும் நாட்களுக்கு
இது ஒத்திகையா?

இயற்கை
மனிதன்மூலம் தந்த
கட்டாய ஓய்வா....?

4. பலமும் பலவீனமும்

சுற்றிலும் வீசிய
மெல்லிய தென்றலின்
தாளத்தை உணரவில்லை...!
சற்றுநேரத்தில் தொடங்கிய
சலசலக்கும் மழையின்
சத்தம் கேட்கவில்லை...!
ஆனால் இந்த
முன்வேனிற் காலையில்
என் படைப்பாற்றல்
வேதனையிலிருப்பதை
உணர்கிறேன்...!

மனிதன் உயிர்தொகுப்பின்
அரசனாக
மகுடம் சூட்டிக்கொண்டான்....!
புவியின் சுழற்சியை புயலை
புரிந்துகொள்ளும்
ஆற்றல் பெற்றான்....!

ஆனால்-
இந்த நேரத்தில்
மனிதனின் பலவீனத்தை
நான் உணர்கிறேன்
அறிவியல் ஆக்கத்தோடு
பிரச்சினைகளையும்
அழைத்துக்கொண்டு வந்துள்ளது..!

உலகம் தன்
விரல் நுனியில்
என நினைத்த மனிதனின்
விரல் நுனியைவிட

சிறிய கொரோனா
அவன் கனவுகளை
சிதைத்து நொறுக்கியது ....!
பெருமையும் அதிகாரம்
தரைமட்டமானது..!

உலகின் மூலைமுடுக்கெல்லாம்
அவன் பலவீனம் வெளிப்பட்டு
மானுடம் அந்த
வலியை உணர்ந்தது ....!
ஆனால் -
மனித உயிருக்கு
மதிப்பளிக்கக்
கற்றுக் கொடுத்தது ....!
உலகின் முகவரி
முகநூல் அல்ல என்பதை
புரியவைத்தது....!

மனித நேயத்தை
வளர்ப்போம்....!
கொரோனா சங்கிலியை
உடைப்போம்...!

5. நிழல் மேகங்கள்

பகலிலும்
பாதையோர பூவோடு
வண்டுகள் தூங்கின–
சருகுகள் மௌனமாய்
மரத்திடமிருந்து
விடைபெற்றன....!
விடுமுறை சிறுமி
முதல்முறை பறக்கவிட்ட
பட்டத்தை பார்த்து–
வெட்டாமல் விட்டுவிட்ட
சாலையோர புளியமரத்து
பறவைகள் ஆர்ப்பரித்தன....!
நகரத்து தெருக்கள்
தாய்வீட்டிற்கு வந்த
மகள்போல் பளிச்சானது–
மெதுவாய் வீசிய காற்று
பல ஆண்டுகள் காத்திருந்து
மாசை நீக்கிக் கொண்டது....
கிராமத்து வீதிகள்
காதுகுத்து கல்யாணத்தின்
சுவடுகள் இன்றி
பயத்தை மற்றும்
பறைசாற்றின....!
ஊரில் முன்போல் பதற்றமில்லை
இருப்பினும்
காவலருக்கு விடுமுறை இல்லை....!
குழந்தைகளை வீட்டிற்குள்
இருக்கச் சொன்ன

குறுஞ்செய்தியோடு
மருத்துவரின் குடும்பதொடர்பு
துண்டிக்கப்பட்டது ....!
பயத்தையும் தூக்கத்தையும்
முகக் கவசத்திற்குள்
மறைத்துக்கொண்ட
செவிலியர் கூட்டம்...!
கோவில்கள் சாத்தப்பட்டு
முதன்முறையாக
முகக்கவசம் அணிந்து
புரோகிதர்கள் அர்ச்சனை செய்ய
பூட்டிய ஆலயத்திற்குள்
அவரும் பத்திரமாய் ....!
களையெடுக்க ஆள்சேர்த்து
கால்வாயில் நடந்துவந்து
வயல் சேர்ந்தான்..
விடுமுறையே ஊரடங்கோ
பருவம்வந்து சிவந்துநின்ற
தக்காளி
விலைபோகும் சந்தைஎங்கே..?
கலங்கிய கண்களோடு
தள்ளாடி நடந்தன
உழவனின் கால்கள்....!

மெதுவாய் காற்றுவீச –
காரணம் தெரியாமல்
நிழல்கள் நகர்ந்தன....!

6. பள்ளிக்கூடம்..... !

அன்று-

தொழிற்சாலை அமைக்கும்

ஆற்றலை வளர்த்த

போதிமரங்கள்...

இன்று

பதிவிறக்கம் செய்யும்

இயந்திரங்களை

உற்பத்தி செய்யும்

தொழிற்சாலை... !

மலர்களை அனுப்பி

வைத்தோம்

சருகுகளை திருப்பித்

தருகிறார்கள்

சான்றிதழோடு...

7. உறவுகளின் மறுவாசிப்பு

எப்போதும்
தூங்கிய பின்
அலுப்பையும் சலிப்பையும்
கூட்டிக்கொண்டு
வீட்டிற்குள் நுழையும் அப்பா...!
இன்று -
அவர் கால்களுக்கு இடையே
சுதந்திரக் கைதியாய்
ஆடிக்கொண்டு இருக்கிறான்
ஆறுவயது சிறுவன்...!!

கொரோனாவையும் சைனாவையும்
திட்டிகொண்டே...
பழைய நோட்டுக்களை
வரிசைப்படுத்தி
காசில்லாமல்
வேறு வழியில்லாமல்
வெதும்பி நிற்கும்
கணவன் கைகளில்
மிச்சம் பிடிச்சதென
தந்தாள் ஐந்தாயிரம்..!
அது சிக்கனத்தின் வெளிப்பாடா?
அவள் தேசத்தின் எஃகு கம்பியா...?
ஜி எஸ் டி இல்லாத வங்கி சேவையா..!!

பின்னாடி வீட்டில்
இருமல் வந்து படுத்திருக்கும்
ஐம்பது வயது ஆண்...

'கொரோனாவோ' என்று
வேலைக்கு வர அனுமதிக்காத
முதலாளி...!
தூதுவளை கஷாயம்
கொடுத்து மடியில்
தூங்க வைத்த
எழுபது வயது அம்மா..!
நெடுநாள் கழித்து
தாயின் மடியில் கதகதப்பு..!
தாயின் மனதில் வெதுவெதுப்பு..!!
குடித்து விட்டு
அம்மாவை அடிக்கும்
ஒத்தநாடி அப்பாவிடமிருந்து
ஒதுங்கி நின்ற
ஒன்பது வயது மகள்
இன்று -
நடுங்குகின்ற தந்தையின்
கைகளைப் பிடித்துக்கொள்கிறாள்..!
மாமா வீட்டிற்கு
நொறுக்குத்தீனி விரைவுசேவை
பரிசீலனை இன்றி
தொடங்கியது....!
அமுதம் தலைக்கேறி
விஷமுறிவு ஆரம்பமானது
முத்தையாவுக்கு...
இருவரும்...
வார்த்தைகளை அல்ல
கண்ணீரைப்
பரிமாறிக் கொண்டனர்....!
இதுவரை கடந்த நாட்கள்
இதுபோல் அனுபவம்

தரவில்லையே..!!
நல்ல உறவினை விட
பெரிய வரமில்லையே..!!
வரண்டுபோன கண்களோடு
ஈரஇதயமும்
ஓயாத கைகளும் கொண்ட
வாடகைவீட்டு இல்லத்தரசியின்
அன்பில் பொங்கியது
வெண்பொங்கல்....

கொரோனா...
மனிதர்களைத் தனிமை செய்தது..!
உறவுகளை வலிமை செய்தது....!!
உனைப் போற்றவா..? தூற்றவா...?

8. என்மகள் — வேனிற்கால குளிர்காற்று

ஆயர்பாடியில் உதித்தாய் பெண்ணே - நீ
மாசறு பொன்னின் வடிவம் கண்ணே
காலைமாலை மறந்திருந்தேன் பெண்ணே — உன்
அன்னநடையில் வீழ்ந்தேன் கண்ணே ..!

    ஊரடங்கால் நிலைகுலைந்தேன் பெண்ணே — அன்பின்
     புதுவாசல் திறந்தாய் கண்ணே
      தேவன்தந்த பரிசுப் பெண்ணே-வாழ்வின்
      தேடல் உன்னில் முடியும் கண்ணே

அகரமுதலம் படிப்போம் பெண்ணே — இனி
ஞாலம் உனை போற்றுமடி கண்ணே
உறவின் இனிமை அறிந்தேன் பெண்ணே — இன்று
வாழ்வதற்கு நேரம் கிடைத்தது கண்ணே..!

    அசும்பினால் சிற்றில் செய்த பெண்ணே
     சிற்றிலும் ஒருநாள் மனையாகும் கண்ணே
     வாழ்விசை கேட்டிலேன் பெண்ணே- உணர்ந்தேன்
      யாழிசை உன் குரல்மொழி கண்ணே..!

இருளில் நீ வெளிச்சமடி பெண்ணே — நானோ
தூக்கத்தில் சூரியனை தேடினேன் கண்ணே..!
பாட்டி பூட்டியின் சாயல் பெண்ணே — நீ
வளமும் நலமும் பெறுவாய் கண்ணே..!

9. புற்களின் சுயசரிதை

கடவுளின் கழுத்தில்
மாலையாய்
இருந்துவிட்டு
வழித்தடத்தில் வளர்வது
கொரோனாவை கொணர்ந்தவன்
பாவத்தில் பங்கெடுத்து
பிறப்பது போல..!
பசுமையை
இலவசமாய் தந்தாலும்
தலைமேல் ஏறிச்
செல்லும் வாகனங்கள்..!
அழுத்தம் நீக்கி
விரைப்பாய் எழுந்தாலும்
மீண்டும் மீண்டும்
மிதித்து செல்லும்
இரக்கமற்ற
மனித கால்கள்..!
ஊரடங்கு வேளையிலும்
ஒழுஞ்சிருக்கும் நீரைவச்சு
ஓரிலையை வளர்ப்பதற்குள்
பொழுது புலர்ந்தது...
அதிகாலை நடையாடிகள்
வீட்டிற்குள்ளே
முடங்கிப்போக...
வெளிச்சம் மெல்ல
உக்கிரந்தொட்டு
மிச்ச நீரை ஆவியாக்கியது....!
கால்நடைகள்

மேய்ந்தது போக
அடுத்த மழைவரை
உயிரை தக்க வைப்பது
அசாதரண யுத்தம்..!

ஊரடங்கு -
விலங்குகளில் மனிதனுக்கு
மட்டுமே....!

பூச்சிகளின்
பசித்த வயிறு
என்பிஞ்சு இலைகளை
பதம் பார்த்தது....!
மாலையில்
அன்னாந்து பார்க்கையிலே
வெட்டுகிளியை
கருங்குருவி கவ்விச் சென்றது..!
முற்பகல் செய்தது
பிற்பகலில் விளைந்தது...!!
பால்கடையைத் திறந்து
பாத்திரத்தைக் கழுவி
'சரக்கென்று' என்மீது
அபிசேகம் செய்தான்
கடைக்காரன்..
ஓரமாக
வண்டியை நிறுத்தி விட்டு
என் தலையில்
உப்புநீரை அடிக்கும் ஆறறிவு....!
கண்களை மூட முடியாமல்
சகிக்கின்றேன்....
இங்கு
தார்ச்சாலையும்
தற்காலிக மருத்துவமனையும்

விரைந்து வரும்-
யாரோ துண்டுப் பிரசுரம்
என்மீது வீசினார்கள்..

எங்களை
அப்புறப்படுத்துவார்களா..?
கம்பளம் விரித்து
அழுத்தி வைப்பார்களா..?
இருக்கட்டும்
துளிர்விடும் காலம்
வாராமலா போகும்....

அழுத்தட்டும்..
என்மீது சாயும்பலர்
உயிர் பெறப்போவது உறுதி...
பெருமிதம் கொண்டன
நடைபாதைப் புற்கள்
சாய்ந்தாலும் நிமிர்வேன்....!
இலையை பறித்தாலும் துளிர்வேன்....!
நீரை அழித்தலும் உயிர்ப்பேன்....!

'தோன்றிப் புகழோடு தோன்றுக'
புற்களின் சுயசரிதை முற்றும்....!

10. நம்புவதற்கில்லை....!

நுகர்வுக்காக மட்டுமே
நகர்ந்து திரியும்
மனிதன்
உயிர்தொகுப்பின்
உயரிய படைப்பென்றால்
நம்புவதற்கில்லை....!

கொரோனாவாவின்
கோரதாண்டவத்தில்
பதிவுக் கட்டணம்
கேட்டவனை
தலைவனென்றால்
நம்புவதற்கில்லை....!

உயிர் மருந்தில் காற்றில்
வர்த்தகம் நடக்குமொரு
வணிக சந்தைதனை
வளமான தாயகமென்றால்
நம்புவதற்கில்லை....!

நாட்டின் பாதுகாப்பில்
முதலீடு செய்து பன்மடங்கு
பதிலீடு எடுக்கப் பாடுபடும்
முதலாளிகளை
சேவையாளர்களெனில்
நம்புவதற்கில்லை....!

ஊரடங்கின் போது
பொருள் புலன் மீது ஈர்ப்பை
புகுத்திடும் கூச்சல்களை

புனிதக் கலைகள் எனில்
நம்புவதற்கில்லை....!

விதைகளை மாய்த்து
உழவனை சாய்த்து
பணவெறியைத் தீர்த்திட
மின்னணு சேவைதனை
விஞ்ஞான உச்சமெனில்
நம்புவதற்கில்லை....!

கொரோனாவில்
பக்கத்து வீட்டு
கதவு சாத்தியபோது
மனக்கதவை சாத்தி
தான்மட்டும் உண்பவனை
நம்புவதற்கில்லை....!

மானுடம் முழுவதும்
மாய்ந்துவிடும்
வல்லான் வகுத்ததே
வழி என்றால்
நம்புவதற்கில்லை....!

எங்கோ-
இன்னம் மிச்சமிருக்கும்
மனிதர்களை கொரோனா
அடையாளம் காட்டிவிட்டது....

புதுவிதைகள் பூமிக்குள்
புதைந்து விடவில்லை...
வெளியில்வர
ஆயத்தமாகி வருகின்றன..

கருமுகிலும் தூரத்து இடிஒலியும்
கேட்கிறதே....!

11. தந்தையாற்றுப்படை...!

கண்கண்ட முதல் ஹீரோ
அனைவருக்கும் அப்பா தான்
கொரோனாவில் வேலைசெய்த
அனைவருமே ஹீரோதான்..!

சொல்லித்தந்த உலகில் குறையில்லை
செல்லத்திற்கும் பஞ்சம் இல்லை
முறைத்துக் கூட பார்த்ததில்லை
குறை சொல்ல தோன்றவில்லை

குரலில் கடுமை இருந்ததில்லை
தனியே தவிக்க விட்டதில்லை
கொரோனா கொடுமை பார்த்திருந்தும்
வீட்டில் பஞ்சம் வந்ததில்லை

வல்வினைகள் செய்தால் கூட
கொல் வினைகள் கொடுத்ததில்லை
வேண்டியது வேண்டும் முன்னே
கை வாராமல் போனதில்லை

அன்பு கொண்டு அரவணைத்து
பொத்தி பொத்தி வளர்த்த பிள்ளை
நீங்கள் அருகில் இருக்கும் வரை
எனக்கு எந்த குறையுமில்லை

பட்டம் விட கற்றுக் கொடுத்து
பட்டப் படிப்பு படிக்க வைத்து
எனைச் சுமந்த தோள்மீது
என் பிள்ளையையும் சுமந்தீரே

கணவனை கொண்டபின்னும்
குடும்பம் துளிர்த்து இன்னும்
நாட்கள் உருண்டோடினாலும்
நன்றி சொல்ல நேரம் வாய்த்ததில்லை...!

நாலுமுறை பார்த்துவிட்டேன்
கண்ணாடி முன்னால்
நின்றது நான்
தோன்றியது நீ..
கொரோனாவால் ஊரங்கியது...
புரிந்தது–
உனக்குள் நானடங்கியது..

12. கொரோனா காலத்து காதல்

என்காதல் புதிதுமல்ல
அவர் புதிய மனிதருமல்ல....!
கல்லூரி நாட்களிலே
காதல் கொண்டேன்
கணவர் என்றானதினால்
என்யாகம் வென்றேன்
தனியே விடுத்துசெல்வார்
கோபம் கொண்டேன்..
மருத்துவர் என்பதினால்
பொருமை என்றேன்....!
ஊரடங்கை பறைசாற்றிவிட்டு
மருத்துவமனைக்கு
விடுமுறையை ரத்துசெய்தார்கள்....!
தனியறைக்கு
குறுஞ்செய்திகள்
கொண்டுசென்றார்..!
நம்பிக்கையை
நோயாளியின்
நெஞ்சில் தந்தார்....!
இவரால் -
உயிர்பிழைத்தோர் ஆயிரம்
கரம்குவித்து கண்ணீர்மல்ல
உயிர்பிழைத்தார்
இன்று தாயிடம்

அதே தனிமையில் நான்
ஆனால்...
கொரோனா மாற்றியது
என்நினைவை தேற்றியது..

முன்னிரவு முழுதும்
அவர் மீதான
காதலை மீட்கிறேன்
பின்னர்
பேப்பரும் பேனாவும்
தேடியெடுத்து
கடிதம் வார்க்கிறேன்...

சொல்லின்றி பேனாவால்
கிறுக்கிட காதல் கடிதமாகியது ....
ஆங்காங்கே சிந்திய பேனாமை
எனையும் ஓவியனாக்கியது.....
இரவின் தனிமையில்
தூங்கிப் போனேன்...
கைப்போசி பலமுறை
ஒலித்திருந்தது
விடிந்ததும் பார்த்தேன்
அதில் அவரின்
மடல் இருந்தது ....!

நான்
உன்னிடத்தில் இருப்பதில்லை
ஆனால்-
'நீயில்லாமல் நானில்லை'
புன்னகைத்தேன்
சிறுஇதயத்தை
குறுஞ்செய்தியாய்
அனுப்பிவைத்தேன்..
மீண்டும்
பின்னிரவு முழுதும்
அவர் மீதான
காதலை மீட்கிறேன்
அவரோ

மனித உயிர்களை
காத்திருந்து மீட்கிறார்..

காத்திருப்பும் காதலும்
ஓர் சுகம் தான்...!

13. மயில்விடு தூது

தத்தத்தன தத்தத் தனதன

தத்தத்தன தத்தத் தனதன

தத்தத்தன தத்தத் தனதன ......தனதான.. . ..

சொத்துச்சுக பித்துத் தருபவை

அத்திக்கடல் சத்திச் சரவண

எத்திக்கும் கொத்துக் கொலைதரு ...பெருந்தொற்று

விழிகள் ஏற்க இயலா கொடும் பாவியின்

இருள் பரப்பும் விளையாட்டு

கதிர்வீசும் பகலிலும் இருள் போர்த்தி

வாழ்வை மாயமாக்கும் பெருந்தொற்று

இறுகி பிணைந்து கோர்த்த கைகளை

சட்டென விலக்கி வைத்தான் மகிழ்ந்து

சேர்ந்திருக்கும் நெஞ்சத்தை ஆழ்ந்து

பிளவாக்கி உயிர் பறித்தான்

மாந்தரை கொன்று துயரினைதந்தான் கொடும்பாவியென

சரவணன் மகிழ்ந்திடும் சடுதியில் பறந்திடும்

மயிலே சேதி உரைப்பாய் கலங்காத நெஞ்சும்

மயங்காத மனமும் வேண்டுதல் என்பாய்

இன்னும் யாது செய்வான் செய்யட்டுமே

சிறுதுளி கண்ணீரையும் — சிந்திடாதே

கண்கள் அழுவதற்கல்ல நம்வாழ்வின்

வழிகளை தொலைதூர ஒளியை தேடிட...

மௌனத்தை யாக்கு நின் சிந்தனையாய்

நம் அன்பிற்குரியோரை அடக்கிடுவான்

உழைப்பினை வீணாக்கி விடுவான் — நின்

முயற்சியை தளர்த்திடாதே

பூக்களை கசக்கும் போது அதன்
வாசத்தின் வீச்சு மிகும் —— அதுங்கால்
நம் வலிகள் அதிகமாக வழி பிறக்கும்
எண்ணத்தில் புது சூரியன் உதிக்கும்
நீண்டிடும் இரவினிலே இருளை விட
அடர்த்தியாய் சோகம் சூழ்ந்திருக்க
தொண்டைக்குழி வரண்டும் இமைகள் நனைந்தும்
நெஞ்சின் பாரம் மிகுந்திருக்கிறது
சொற்களை சீராக்கி மெது மெதுவாய்
சரவணன் பெயர்சொல்லி உரக்கமாய்
அழுது விடு நெஞ்சை திறந்து விடு
கண்ணீர் துளியில் யாவற்றையும் கரைத்து விடு
உனக்காய் சிலபேரும் புதிதாய் பிறப்போரும் உண்டு
முயற்சியை தொடர்ந்திடு கொடும்பாவி வென்றிடு
வாழ்வை தருவது இறைவன் வாழ்வது நம்கையில்
சரவணன் சேர்ந்திடு அன்பை பகிர்ந்திடு

தத்தத்தன தத்தத் தனதன

தத்தத்தன தத்தத் தனதன

தத்தத்தன தத்தத் தனதன ●●●தனதான.. .

14. உடுக்கைச் சத்தம்..

கொத்துகொத்தா போகுதம்மா
ஊருசனம் கொரோனாவில் சாகுதம்மா
சொத்துபத்து இருந்தாலும்
சொந்தம் பந்தம் நோகுதம்மா

தீசட்டி எடுத்த மக்க
தீயிக்குள்ள குதிச்ச மக்க
எட்ட நின்னு பாத்த மக்க
யாரையும் காணலியே

கட்சி கூட்டமுன்னு
கண்டபடி திரிஞ்ச மக்க
மூடிவச்ச பையுக்குள்ள
மூச்சுநின்னு கிடக்குதம்மா ...

கையத்தான் கழுவலியே
கட்டுப்பாட மதிக்கலியே
கொழுப்பா குடிச்ச மக்க
குலநாசம் ஆகிடுச்சே ...

எல்லாம் தப்புனாலும்
தண்டிப்பு தாங்கலம்மா
தப்பாத்தான் பொழச்சுபுட்டோம்
தருதலையா திருஞ்சிபுட்டோம்

எப்போதான் தீருமம்மா
எங்க வாழ்க்கை மாறுமம்மா
சொந்தமெல்லாம் போன பின்னே
உசுரு மட்டும் எதுக்கு சும்மா ...

காப்பாத்த யாருமில்ல
கண்ணுக்குள்ள நீருமில்ல
இன்னுங் கோவம் தீரலியா
வேறு ஏதும் வழியில்லையா

பொங்க வச்சு பூசைவச்சும்
எங்க பிணி மாறலியே
சங்கு சத்தம் ஊருகுள்ள
இன்னும் வினை தீரலியே

தாயே நீ மனசு வைச்சா
உசிறு வைக்கும் எங்க மக்கா ...
காவுதான் வேணுமின்னா
நானிருக்கேன் இறங்கிவாம்மா...

15. தீர்க்கதரிசன சிகிச்சை

மனித வரவாற்றில்
இதுவரை பதியப்படாத
பேரழிவு....
எங்கோ கிழக்கிலிருந்து
வந்த கொலைகாரனால்
சீரழிவு...
தொடர்ந்து
உயிர்களை காவு வாங்குகிறது
இறப்பது ஒருயிர்தான்
உலையில் கொதிப்பது பல...!
உயிரிழப்பு இல்லாத
தேசம் இல்லை...!
கொரோனாவிற்கு முன்
நாடுகளுக்கிடையே இந்த
நேசம் இல்லை...!
என்னைப் பார்ப்பதா
குடும்பத்தைக் கவனிப்பதா?
கொரோனா கருணையற்றது...!
பொதுசேவை செய்ய
என்னிடம் மிச்சம்
என்ன இருக்கிறது?
தொடர்ந்து மக்களின்
உயிர் பறிக்கப்படுகிறது....!
உலகில் ஏதோ ஒன்று
மக்களின் பாதிப்பை
கையாளுகிறது....!
மக்கள் இறந்தனர்
அவர்கள் உயிருடன்

வருவதற்கில்லை..!
மக்கள் துக்கமடைந்தனர்,
ஆனால் அவர்களுக்கு
வழிதெரியவில்லை....!
ஒன்று நிச்சயம்

கொரோனாவின் சுவடுகள்
மனிதனுக்கு ஒன்றை
கற்பித்துச் சென்றுள்ளது..
தனி மனிதனுக்கு
இப்புவியில் இடமில்லை...!

16. சுவடுகள்

முகம் தெரியாத யாரோ
இறுதியாக என்னுடன் பேச
முயன்று தோற்றது தெரிகிறது...!
இப்போது -
விரிகுடாவைப் பார்த்தவாறு
அமர்ந்திருக்கிறேன்...
அலைகள் விளையாட
அலைக்கின்றன....!
நடக்கிறேன்.. நனைகிறேன் .....
ஐயோ..! என் முகக்கவசம் எங்கே?
யாரும் எனைத் தடுக்கவில்லை

நான் இலகுவாக
இருக்கிறேன்...!
காற்றில் மிதக்கிறேன்...!
விரும்பியஇடம்
பெட்ரோல் செலவின்றி
செல்ல முடிகிறது...!

முன்பு நான்
சிறிய வீட்டில்
இறுக்கமான இடங்களில்
வாழ்ந்தேன்..!.
பின் ஒருநாள்
இருமல் வந்தது
கூடவே காய்ச்சல்...
மெதுமெதுவாக
என்னைச் சுற்றியுள்ள
சுவர்கள் மூடிக்கொண்டே இருந்தன
யாரோ பேச நினைத்தது

ஞாபகம்....!

இப்போது கடலும் வானமும்
என்னுடையது....!
என்னைச் சுற்றி
மனிதசமூகம் இல்லாததால்
இடைவெளி தேவையில்லையோ....?
என்னோடு குடிக்க
வேறு யாரும் இல்லை....!

நீர் நிறைந்த மூடுபனி,
நிழல் ஆழத்திலிருந்து.
சுழலும் பிரபஞ்சத்துடன்
நான் தனியாக இருக்கிறேன்...

தூரத்தில் -
பேரொளி என்னை அழைக்கிறது....
என்னைப்போல் பலர்....!
இங்கே இரவு முடிவற்றது
மௌனம் எல்லையற்றது....!

17. இறுதி காண்டம்

மானிடன் என்று
பதிந்து விட்டு
தனியறையில் படுக்கவைத்தார்...!
மறுநாள் -
பிணம் என்று
பெயர் வைத்து
குவித்து விட்டார்..!

சித்தம் கலங்கி
பொழுது மறந்து
கண்கள் காய்ந்து
வேறருந்தும் அசையயவில்லை....!
அங்கே
ஆறுதல் சொல்ல
ஆளில்லை....!
எம்மொழியிலும் வார்த்தைகள்
மீதமில்லை....!

சடங்குகள் சம்பிரதாயங்கள்
காணமாமல் போக-
மாய்ந்தவர் வருகை
அதிகமாக -
நனைந்த விறகுவைத்து
விரைவுச் சேவையாக
வெட்டியான் குவித்து
பற்ற வைத்தான்...!

ஓ..புரிந்தது..!
ஆறுகள் சேர்வது
கடலாகும்....!
உடல்கள் இணைப்பது

நெருப்பாகும்....!!

துயரத்தால் பூமி
துவண்டு போன
கதையைத்தான்..
உதிரத்தால் சாமி
அருளைத்தான்
வேண்டி பொழுதுபோனது....!
இரவுகள் விடியாதா..?

விடியலுக்கு விளக்கேற்றி
என்றோ
புலவன் பாடிவிட்டான் ...!
விடியாத இரெவென்று
எதுவுமில்லை
முடியாத துயரமென்று
எதுவுமில்லை

எனவே -
துயரத்திற்கு துறவரம் தருவோம்
விடியலை இல்லறம் சேர்ப்போம்...
உழைக்கும் மக்கள் யாவரும்
ஒருவர் பெற்ற மக்களே!

18. நாம் ஆதிகுடியின் விதைகள்

உலகயுத்தம்
முடிந்த பாடில்லை
கொரோனா யுத்தம் தொடங்கியது....!
கொரோனா வலியை மட்டுமல்ல
புதைந்த வழிகளையும்
புதிதாய் அகழ்ந்தெடுத்துள்ளது....!

மானுடா புரிந்துகொள்
வெற்றி என்பது
நிரந்தரமல்ல ....!
தோல்வி என்பது
இறுதியானதுமல்ல....!

நாம்
ஆதிகுடி அடைந்த
வெற்றியின் வாரிசுகளல்ல...!
தோல்வியில் இருந்து
மீண்டெழுந்தவர்களின்
விதைகள் ...!
மானுடம் தழைக்கட்டும்
கல்வெட்டில்
இதைப் பார்க்கட்டும்
மீண்டும்
புதிதாய் முளைப்போம்
புவியை நிறைப்போம்...

வரலாற்று
நெடுஞ்சாலையில்
வந்துசெல்வோர் ஆயிரம்...
இப்புவியை விடுத்தால்
நமக்கேது வேறிடம்...?